Gabatarwa

Wannan waƙar tana nuna godiya da soyayya ga matanmu na Afirka. Ya kamata mu maza mu raira waƙar nan a kullum. Mata suna yi mana hidima da yawa.

Godiya

Ina so in yi godiya ga Kamal Afroseventy mutumin da ya taimaka wajen shirya wannan waƙar.

Ta- Palmwine Sounds

Copyright © 2024 Palmwine Publishing Limited Nigeria
All rights reserved. No part of this publication may be reproduced, distributed, or transmitted in any form or by any means, including photocopying, recording, or other electronic or mechanical methods, without the prior written permission of the publisher, except in the case of brief quotations embodied in critical reviews and certain other non-commercial uses permitted by copyright law.

Author- Palmwine Sounds
Illustrator- Mustapha Bulama

ISBN (Paperback)- 978-1-917267-16-8

ISBN (E-Book)- 978-1-917267-17-5

Published by Nubian Republic on behalf of Raffia Press Nigeria Limited and imprint of Palmwine Publishing Limited Nigeria

Email: info@palmwinepublishing.com

Address- UK: 86-90, Paul Street, London EC2A 4NE

Address-Nigeria: 1A Jos Road Bukuru, Plateau State, Nigeria.

www.palmwinepublishing.com
www.raffiapress.com
www.nuciferaanalysis.com

1. Maza masu gargajiya
    Ga wannan waƙar matan mu

2. Matan masu gargajiya
    Kuma ku duba waƙar ku

3. Duka abun da mata sukayi
    Ya fi kyau

4. Na dafa abinchi
    Ya fi dadi

5. Na renon yara
    Su na da haquri

6. Allah ya qara musu albarka
    Allah ya cika musa buruka

7. Na alheri ga mutane
    Sun fi tausayi

8. Ko soyayya ga mutane
    Suna nuna shi da yawa

9. Maza masu gargajiya
    Mu tafa musu

10. Idan maza ba mu da lafiya
    Mata sunfi kula da mu

11. Idan maza muka shiga damuwa
    Mata suna kwantar da hankalin mu

12. Mata ku karbi yabon mu
    Da yardar mu

13. Daga arewa zuwa kudu
    Daga yamma zuwa gabas

14. Kama daga Caribbean
    Da duk qasashen waje

15. Dukkanin mata daga Afirka
    Mu maza muna daga su sama

16. Matan mu na Ghana
    Masu dafa dad-da dar Waakye

17. Matan Gambia da Senegal
    Mun sallamawa masu jollof

18. Gimbiyoyin Cote d'ivoire
    Acheken su, ya fi dadi

19. Duk matan Kongolese
    Masana gashin Ntaba

20. Mu maza da munji yunwa
    Mata suna taimako

21. Surauniyoyin Guinea da Guinea-Bissau
    Masana bugun kalangu

22. Matan Afirka ta Kudu da Angola
    Masana bugun faɗan kafa

23. Gimbiyoyin São Tomé and Príncipe
    Masana bugun waƙar ússua and socopé

24. Duk matan Saliyo da Togo
    Sun san bugun waƙar palmwine

25. Matan Cameroon
    Sun bamu makossa

26. Matan Mali da Burkina Faso
    Sun bamu desert blues

27. Morocco, Aljeriya, Libiya, Tunisiya da Nijer
    Sanin iya bugun jita

28. Waka da rawa
    Yanasa maza nishadi

29. Allah ya tsara mata iri iri
    Baka, fara siririya, doguwa, guntuwa, karama

30. Matan Uganda da Rwanda
    Idan sun juya, za ku ce Kai!!!

31. Gimbiyoyin Mauritania
    Masu kyawun idanu

32. Duk matan Habasha,Tanzaniya da Eritrea
    Masu fuska da kyau

33. Matan Madagascar,Seychelles, Mauritius da Comoros
    Kyawun fuska kamar tekun india

34. Duk matan Sudanese
    Dogaye da kyau

35. Gimbiyoyin Somaliya
    Kyau mai gigitarwa

36. Matan Cabo Verde
    Kyau kamar tekun atlantika

37. Duk matan Chadi
    Tafkin Chadi ya nuna kyan su

38. Maza masu gargajiya
    Muna godiya ga Allah

39. Qarfin matan Afirka
    Ba zai iya kwatantuwaba

40. Matan Masar
    Sanin dukkan tarihi

41. Gimbiyoyin Najeriya
    Masu taimako asamu kudi

42. Matan Benin
    Kiyaye gargajiyar mu

43. Duk matan Caribbean
    Horar yaran mu da kyau

44. Matan Kenya
    Kwararru awajen gudu

45. Matan Afirka
    Suna da ƙarfi

46. Maza bari muyi addu'a
    Allah ya karawa matan mu
    basira

47. Surauniyoyin Botswana
     Masu duwatsu masu Daraja

48. Matan Burundi
     Sun iya yin tukwane

49. Gimbiyoyin Djibouti
     Masu rubuta waka a takarda

50. Duk matan Eswatini, Lesotho, da Liberiya
     Sun san yadda ake saƙa

51. Matan Malawi da Mozambique
     Suna sassaƙa itace da kyau

52. Surauniyoyin Namibiya
     Suna zana tarihi akan duwatsu

53. Matan mu mun yaba da fasaha
     Allah ya albarkaci aikin ku

54. Duk matan Tsakiya Afirka da Equatorial Guinea
     Albarka da yalwar Albarkatu

55. Matan Gabon
     Kula da dajin mu na ruwan sama

56. Duk matan Zambiya da Zimbabwe
     Rungumar al'adu daban-daban

57. Idan babu mata a duniya
     Mu maza mun san ba zaiyi daɗi ba

58. Allah ya san dalilin yin
     Mata abokan zaman mu

59. Maza kar mu dauke su da wasa
     Muyi godiya da nuna soyayya

60. Mata da fatan kun ji dadin waƙar mu
     Karamar hanya ta nuna soyayya

www.ingramcontent.com/pod-product-compliance
Lightning Source LLC
Chambersburg PA
CBHW060035180426
43196CB00045B/2695